பசித்த வனத்தின் கண்கள்

நகுநா

வேரல்
புக்ஸ்

வேரல்
புக்ஸ்

வேரல் புக்ஸ் வெளியீட்டு எண்: 63

பசித்த வனத்தின் கண்கள் * நகுநா© * கவிதைகள் *
முதல் பதிப்பு: ஏப்ரல் 2023 * பக்கங்கள்: 84 *
வேரல் புக்ஸ் * 6, இரண்டாவது தளம், காவேரி தெரு, சாலிகிராமம்,
சென்னை – 600093 * மின்னஞ்சல்: veralbooks2021@gmail.com *
தொலைபேசி: 9578764322 * அட்டைவடிமைப்பு: லார்க் பாஸ்கரன் *
லேஅவுட்: சந்தோஷ் கொளஞ்சி

Pasitha Vanathin Kangal * Naguna© * Poems *
First Editon: April 2023 * Pages: 84 *
Veral Books * No: 6, 2nd Floor, Kaveri Street, Saligramam,
Chennai – 600093 * Email ID: veralbooks2021@gmail.com *
Phone: 9578764322 * Wrapper Designed by: Lark Bhaskaran *
Layout Designed by: Santhosh kolanji

Rs. 120

ISBN: 978-81-960620-6-4

நகுநா

விருதுநகர் மாவட்டம், இராஜபாளையத்தைச் சேர்ந்தவர். தற்போது சென்னையில் வசித்து வருகிறார். இவரது இயற்பெயர் மா.மகேஷ்வரி மீனாட்சி (19.03.1976) குடும்பத்தினர் அழைக்கும் செல்லப் பெயர் கவிதா. முத்துசாமி அய்யாவின் கூத்துப்பட்டறையில் நாடக நடிகையாகத் தனது பயணத்தைத் தொடங்கியவர். தமிழ் திரைத்துறையில் உதவி இயக்குநராகப் பணிபுரிந்துகொண்டே கதை, கவிதை மற்றும் கட்டுரைகளும் எழுதி வருகிறார்.

இது இவரது முதல் கவிதைத் தொகுப்பு.

mmm2nahunaa@gmail.com

என் அப்பா கா. மாரிமுத்து
கணவர் கோ. ஜெய்சங்கர்
மற்றும் மகள்கள்
ஜெ.ம. அஜி ஐஸ்வரியலக்ஷ்மி
ஜெ.ம.தீப்தா ராய் ஆகியோருக்கு

வேரில் ஈரப் பிடிப்புள்ள தமிழ்த் தாவரம்

‘பசித்த வனத்தின் கண்கள்’ எனும் இக்கவிதை நூலை வெளியிடும் ‘நகுநா’ எனும் மா.மகேஷ்வரி மீனாட்சி அவர்கள் ஐந்தாறு ஆண்டுகளுக்கு முன்னால் ‘டிஸ்கவரி புக் பேலஸ்’ அரங்கில் ஓர் இலக்கியக் கூட்டத்திற்கு நான் சென்று இருந்தபோது சந்தித்தார்கள்.

என்னுடைய கவிதை நூல் ‘ஞாயிற்றுக்கிழமை பள்ளிக்கூட’த்தைக் கையில் வைத்திருந்தார். அதைக் காட்டி ‘இது நல்ல புத்தகமா ?’ என்று கேட்டார்.

‘படிச்சு பாருங்க...’ என்று நான் பதில் சொன்னேன்.

‘இல்ல சார்... கவிதைப் புத்தகங்கள் கொஞ்சம் வாங்கி படிக்கணும். நல்ல புத்தகங்களா ஒரு நாலு அஞ்சு செலக்ட் பண்ணனும்... உதவ முடியுமா,’ என்று கேட்டார்.

‘ஒவ்வொரு புத்தகத்தையும் எடுத்து அதில் ஏதேனும் ஒரு பக்கத்தைப் படியுங்கள்... முதலில் அது உங்களுக்குப் புரிகிறதா... ரசிக்கும்படி இருக்கிறதா என்று பாருங்கள்... பிறகு அர்த்தமுள்ளதாக இருக்கிறதா ? பயனுடையதாக இருக்கிறதா ? என்று கேட்டுப் பாருங்கள்... அந்த புத்தகம் பதில் சொல்லும்... அப்படி இருக்கிற புத்தகங்களைத் தயங்காமல் தேர்ந்தெடுங்கள்...’ என்று கூறினேன்.

படிப்பதும் உண்பதைப் போலத்தான்... எது நம் நாக்குக்கு ருசியாக இருக்கிறதோ, எது நமக்குச் செரிமானம் ஆகிறதோ அதுதான் நம் உணவு. நாம் தேர்ந்தெடுக்கும் நூல்களும் அவ்விதமாக இருப்பதே ஆரோக்கியம். இல்லையெனில் அறிவுக்குப் பொருந்தாமல் வாந்தி எடுக்கத் தொடங்கிவிடுவோம்.

நமக்குப் பொருந்தாத எத்தனையோ விஷயங்களை காலம் எல்லாம் தூக்கிச் சுமந்து அஜீரணத்தில் அல்லல் உறுவதே வாழ்க்கையாக அமைந்துவிடுகிறது பலருக்கு.

ரசனைதான் வாழ்வின் அடிப்படை... சாரம்... உப்பு... இது தெரியும்போது வாழ்வே முடிந்துவிடும்.

இதையெல்லாம் அன்று கூறவில்லை. எனினும் ருசி பார்த்துத் தேர்வு செய்யுங்கள் என்பதில் இவையெல்லாம் மறைந்திருக்கின்றன.

பிறகு அவர் என்னிடமே கேட்டார் 'நீங்க எழுத்தாளரா?' என்று.

'ஆமாம்... நீங்கள் கையில் வைத்திருக்கிற புத்தகத்தினுடைய ஆசிரியர் நான்தான்,' என்று பதில் கூறினேன்.

'சாரி சார்,' என்றார்.

'இல்லை... இல்லை... எதற்கு சாரி... நீங்கள் உங்களுக்குப் பிடித்த உங்களுடைய ரசனைக்கு ஏற்ற புத்தகங்களைத் தேர்ந்தெடுத்து படியுங்கள் அதுதான் சரி...' என்று பதில் கூறிவிட்டுப் புறப்பட்டேன்.

அவர் 'ஞாயிற்றுக்கிழமைப் பள்ளிக்கூட'த்தை வாங்கி என்னிடம் கையெழுத்தும் கேட்டார்.

அன்புடன் என்று எழுதி கையெழுத்துப் போட்டேன். வேறு சில நூல்களோடு அதையும் வாங்கிச் சென்றார்.

பிறகு அவர் 'கூத்துப்பட்டறை'யில் சேர்ந்து படிப்பதாகச் சொன்னார். நாட்கள் பல கடந்ததற்குப் பிறகு இப்போது நிறைய கவிதைகள் எழுதித் தொகுத்து அதை ஒரு தொகுதியாகவும் வெளியிடுவதாகக் கொண்டு வந்து கொடுத்து வாழ்த்துரை கேட்கிறார்.

உண்மையிலேயே நான் மகிழ்கிறேன். அவர் எழுதுவதும் நூல் வெளியிடுவதும் ஆச்சரியம் அல்ல. அவர் முதன் முதலாக என்னிடம் கையெழுத்து வாங்கிய அன்றே இவர் எழுதுவார்

என்று எனக்குத் தோன்றியது. ஆனால் என்னிடமே வாழ்த்துரை கேட்டதுதான் ஆச்சரியம்.

எழுதத் தொடங்கியதுமே பலரது மனப்பான்மை மாறிவிடும். பல புரியாத சொற்களை உச்சரிக்கத் தொடங்குவார்கள். கேட்காத பெயர்களைக் கூறுவார்கள். அனுபவத்திலிருந்து படைப்பு என்பது போய் படித்ததில் இருந்து செயற்கைக் கருத்தரிப்பு செய்வார்கள். பிறகு சில நாட்களில் காணாமலும் போவார்கள்.

ஆனால் மகேஷ்வரி மீனாட்சி வேரில் ஈரப் பிடிப்புள்ள தமிழ்த் தாவரம். அது தான் தொடங்கிய இடத்தை மறக்கவில்லை.

அவருடைய கவிதைகளும் அவர் மனதின் குரலாக அமைந்திருப்பதை இத்தொகுப்பில் காண்கிறேன்.

'சொல்லியே ஆகவேண்டும்' என்று ஒரு கவிதை.
"யாரிடமேனும்
எவரிடமேனும்
எதனிடமேனும்
இதைச் சொல்லியே ஆக வேண்டும்
இந்த இரவு முடிவதற்குள்

குறிப்பாகவேனும் சொல்லிவிடலாமா
வேண்டாம்
யாரேனும் எதையேனும் நினைத்துக் கொள்ளலாம்

அழுது அழுது கரைத்துக் கொள்ளலாமா
வேண்டாம்
யாரேனும் எதையேனும் நினைத்துக் கொள்ளலாம்

கவிதையாய் கிறுக்கி விடலாமா
வேண்டாம்
யாரேனும் எதையேனும் நினைத்துக் கொள்ளலாம்

ஓவியங்களாய் வரைந்து தள்ளி விடலாமா
வேண்டாம்
யாரேனும் எதையேனும் நினைத்துக் கொள்ளலாம்

இசையாய் இசைத்து விடலாமா
வேண்டாம்
யாரேனும் எதையேனும் நினைத்துக் கொள்ளலாம்

சிரித்து சிரித்தே மீண்டு விடலாமா
வேண்டாம்
யாரேனும் எதையேனும் நினைத்துக்கொள்ளலாம்

நிற்க.. நிற்க..
இரவு இன்னும் மீதம் இருக்க
என்ன எழவைச் சொல்ல நினைத்தேன்."

இப்படித்தான் உள்ளது பல பெண்களின் நிலை. சொல்லியே தீர வேண்டும்.... வெளியே சொல்லாவிட்டால் இதயமே வெடித்து விடும் போல் இருக்கிறது... என்றெல்லாம் நினைத்து இப்போது சொல்லலாம் அப்போது சொல்லலாம் என்று அழுத்தி வைத்து அழுத்தி வைத்துத் தள்ளிப் போட்டுத் தள்ளிப் போட்டுக் கடைசியில் வாழ்க்கையின் நீரோட்டத்தில் எல்லாம் நீர்த்துப் போய் சொல்ல நினைத்தது மறந்து போய் சொல்லப்படாமலேயே வாழ்க்கை முடிந்துவிடுகிறது....

எதைச் சொல்லி என்ன ஆகப் போகிறது ? என்று விரக்தியில் காலம் கடந்து விடுகிறது. இந்தக் கவிதை இதை அழகாக எளிமையாகச் சொல்கிறது.

'விலங்கு' கவிதை காமத்தை மறைமொழி கொண்டு அழகிய ஓவியம் போல் தீட்டுகிறது.

"இருள் ஓங்கிய வனத்தின்
வேர்களுக்கிடையில் பதுங்கி வாழும்
ஒரு தனித்த மிருகம் நான்

என்னுடையவை அனைத்தும் கூர்மையானவை
மூளை கண்கள் காதுகள்
மூக்கு நாவு பற்கள் கால்கள் நகங்கள்
பசி வெறி கோபம் தாபம் ஆத்திரம்
அனைத்தும் அனைத்தும் வெகு கூர்மையானவை
பகலின் இருளிலும் அண்ட முடியா பேரண்டமாய்
நான்
வீழ்த்தி விரட்டிய
சீயம் உழுவை வேழம்
உளியம் படகம் ஊளன்
முசலி போலல்லாது
புதியதாய் ஒரு விலங்கு
என் முன்னே நிற்கிறது
பனித்த கண்கள்
உடைந்த நகங்கள்
மௌன ஊளை
பசிக்கா வயிறு
ஒடுங்கிய உடலுடன்
ஆறு பருவங்களிலும்
உரசியபடியேத் தொடர்கிறது என்னை
நாசி நிரப்பி நிற்கிறது மகிழம்
கூதிர்காலக் களிப்பின் வெடிப்பில்
இரலைகள் இடித்துக் கடந்ததில்
திடுக்குற்று கீழே விழுந்தேன்
எந்த திடுக்கிடலுமின்றி
பக்கத்தில் உரசியபடியே படுத்துக்கொண்டது
புதிய விலங்கு
பசித்த வனத்தின் கண்கள்
நட்சத்திரங்களாய் மினுக்க ஆரம்பித்தன."

மொழியின் சூட்சுமம் புரிந்து அதைக் கையாளத் தெரிந்தால்தான் உணர்வுகளைத் துல்லியமாக எழுதமுடியும். இக்கவிதையில் அது கைவந்துள்ளது தெரிகிறது.

நகரத்தின் வீதிகளில் பரபரப்பாகச் செல்லும் வாகனங்கள்... அவற்றினும் பரபரப்பாக உணவு ஆர்டர் வாங்கி டெலிவரி செய்யும் ஊழியர்கள் வாகனங்களில் சென்று கொண்டிருக்கிறார்கள். எல்லாம் அவர்களின் வயிற்றுப் பிழைப்புக்காகத்தான்...

பசியோடு காத்திருப்பவரின் பசியைத் தணிக்க உயிரைப் பிடித்துக் கொண்டு இப்படித் தலை தெறிக்க வாகனம் ஓட்டுபவர்களைப் பார்த்துப் பதைபதைப்பாக இருக்கும் பல நேரங்களில்... இதற்கு ஒரு முடிவு கட்ட முடியாதா என்று கூட எனக்குத் தோன்றி இருக்கிறது.

இத்தனை நிமிடத்தில் உணவு டெலிவரி என்று டார்கெட் வைத்து இவர்களை துரத்திக் கொண்டிருக்கிறது 'கார்ப்பரேட் ஆப்புகள்'...

அதற்காக உயிரையே பணயம் வைத்து வாகனம் ஓட்டுகிறார்கள் நகரத்தில் பல இளைஞர்கள் அவர்கள் வீட்டு பசியைத் தணிக்க... வாடிக்கையாளர்களின் நட்சத்திர மதிப்புகள் அவர்களது பணிக்கான மதிப்பீடுகள்.

இதைப் பார்த்து மகேஷ்வரி எழுதிய கவிதைதான்

'விரல்நுனி நட்சத்திரங்கள்'.

"பட்டாம்பூச்சிகளை
அமைதிப்படுத்த விரைபவரின் வீட்டிலும்
பட்டாம்பூச்சிகள்

அவற்றின் பெரும் பசியாற்ற
விரல்நுனி
நட்சத்திரங்களும் அவசியம்

இப்பொழுதெல்லாம்
ஆம்புலன்சுக்கு மட்டுமல்ல
உணவுக்காரர்களுக்கும் வழிவிட்டே
வண்டி ஓட்டுகிறேன்."

அந்த இளைஞர்கள் மீதான அன்பில் அவர்களுக்கு வழிவிட்டு வாகனம் ஓட்டுகிறார். இதுதான் இப்போது நம்மால் முடிந்தது.

பெண்களுக்கே உரிய அழுத்தமான உணர்வுகளின் வெளிப்பாடாக பல கவிதைகள் இத்தொகுதியில் அமைந்திருக்கின்றன. அக்கவிதைகள் சிக்கலான மொழி நடையில் அமைந்துள்ளன.

சொல்லப்படாத உணர்வுகள்தான் சிக்கலான மொழி நடையை உருவாக்குகின்றன. அவை நேரடியாக வெளிப்படுத்தப்பட்டால் சராசரி மனம் படைத்தவர்கள் தாங்க மாட்டார்கள்.

இப்படிக் குறியீட்டு மொழியில் கூறும்போதே கூர் தீட்டப்பட்ட கத்தியாக இருக்கும் இந்த உணர்வுகள் பெண்களின் இதயத்தின் ஆழத்தில் நீண்ட காலமாக உறைந்து கிடக்கும் எரிமலைகள். அவற்றின் உறைந்த கங்குகள்தான் இப்போது அவர்கள் எழுதும் கவிதைகள். அவ்விதமாகப் பல கவிதைகள் உள்ளன. அவற்றை நீங்களே படித்து அறியுங்கள்.

நகுநா என்ற புனைப்பெயரில் எழுத ஆரம்பித்திருக்கும் மகேஷ்வரி மீனாட்சி அவர்களுக்கு என் வாழ்த்துகள்

எளிமையாக எழுதுங்கள்...

தொடர்ந்து எழுதுங்கள்...

உங்கள் உணர்வுகள் கதைகளாகவும் கவிதைகளாகவும் வெளிப்படட்டும்...

எழுத்திலும் வாழ்விலும் வென்று இப்போது போலவே எப்போதும் அன்போடு நடைபோடுங்கள்.

அன்புடன்,
பிருந்தா சாரதி

23.03.23

உள்ளிருந்து பூக்கும் கனிகள்

நகுநா எனும் மகேஸ்வரியை எனக்கு ஒரு சினிமாக்காரர் என்றே தெரியும். நடிகை, உதவி இயக்குநர், திரைக்கதை எழுத்தாளர் என அறிமுகமானார். பிறகு நிறையப் பேசினோம். இலக்கியம், சினிமா, அரசியல் என எங்கள் உரையாடல் விரிவானதாய் இருந்தது. விரைவில் எங்கள் குடும்ப நண்பராகிப்போனார்.

ஒருநாள் கை நிறைய கற்றைக் காகிதங்களோடு வீட்டுக்கு வந்தார். ஏதாவது திரைக்கதையாய் இருக்கும் என நினைத்தேன். "கவிதைகள்" என்றார். மகேஸ் கவிதை எழுதுகிறார் என்பதே எனக்கு மகிழ்ச்சியாக இருந்தது. உற்சாகமாய் படித்தேன். ஒரு முதல் தொகுப்புக்கான எல்லா லட்சணங்களும் இருந்தன.

எனது அபிப்ராயங்களை வெளிப்படையாகச் சொன்னேன். மிகத் தீவிரமாகக் கேட்டுக்கொண்டார். "இதை நூலாக்கலாம்னு நினைக்கிறேன்" என்றார். "பின்னாட்களில் எழுதப் போகிற உங்கள் கவிதைகளும் நீங்களும் இந்நூலை அசௌகர்யமாய் பார்க்க வேண்டி இருக்கும்" என்றேன். "அதே சமயம் இது உங்கள் முதல் முயற்சி. ஏதோ ஒருவகையில் நீங்க வாழ்ந்த வாழ்வு. உற்ற உணர்வு. எனவே, பிறர் பற்றிய அச்சமின்றி துணிந்து வெளியிடுவது என்றால் வெளியிடுங்கள்" என்றேன்.

“அப்படியானால் முன்னுரை தர வேண்டும்” என்றார். மகிழ்வோடு ஒப்புக்கொண்டேன்.

இந்தக் கவிதைகளை மொத்தமாக வாசித்த போது தோன்றிய உணர்வு, கவிதையின் மொழி உள் முகமாய் திரும்பியிருக்கிறது என்ற நேர்மறையான அவதானம் தான்.

கவிதைகளை வெளியே இருக்கும் கருப்பொருட்கள், உரிப்பொருட்கள் நோக்கி பிரசங்கிக்காமல், அப்பொருட்களின் இருப்பில் தன்னை நோக்குவதே கவிதை உள் முகமாகத் திரும்புவது. ஒருவர் கவியாகிறார் என்பதன் தொடக்க நிலை அது. மொழியோடான பயிற்சி, மொழி குறித்த புரிதல் உருவானவுடன், தனி கவியகம் உருவாகும் முன்பு இந்த உள்முகத் திரும்புதல் நடக்கும்.

மகேஸ்வரியின் கவிதைகளில் இது நிகழ்ந்துள்ளது. இவர் கவிஞராகப் பரிணமித்துவிட்டார் என்பதன் முதன்மைச் சான்று இது. இனி தனக்கான தனி அகமொழியைக் கண்டறியும் வழிநடையில் அவர் மேலும் முன்னேறுவார்.

இத்தொகுப்பிலேயே அதற்கான சான்றுகள் உள்ளன. காதல் கவிதைகளில் அல்லது உறவுநிலைகள் பற்றிய கவிதைகளில் அதற்கான தன்மைகள் துலங்குகின்றன.

சமூகம் சார்ந்த தீர்க்கமான பார்வையும் கவிஞருக்கு உண்டு. இந்நூலில் அது அத்தனை அழுத்தமாகப் பதிவாகவில்லை எனினும் எதிர் காலத்தில் வெளிப்படும் என நினைக்கிறேன்.

கவிதையிடம் தனக்கு என்ன வேண்டும் எனக் கேட்டு வாங்கத் தெரிந்த கவியாக நகுநா இருக்கிறார். கவிதையை அதன் உள்ளார்ந்த மன ஆழத்தில் உணர்ந்து எழுதும்போதுதான் இப்படியான உள்ளிருந்து பூக்கும் கனிகளை வெளிக்கொண்டு வர இயலும். கவிஞருக்கு அது வாய்த்திருக்கிறது. வாழ்த்துகள்.

இளங்கோ கிருஷ்ணன்

படைப்பு வழிப் பயணம்

முத்துசாமி அய்யாவின் கூத்துப்பட்டறையில் 2017 ஆம் வருடம் நான் நடிப்புப் பயிற்சி பெற்றுக் கொண்டிருந்த பொழுது புத்தக வாசிப்பின் அவசியத்தை வலியுறுத்தி ஒரு வகுப்பு நடத்தப்பட்டது.

அதுவரை ஆனந்தவிகடன் பாலகுமாரன் புத்தகங்கள் மட்டும் வாசித்துக் கொண்டிருந்த எனக்கு மேலும் புத்தகங்கள் வாசிக்க ஆர்வம் ஏற்பட்டது. அதைத்தொடர்ந்து நான் தேடித்தேடி வாசிக்க ஆரம்பித்த புத்தகங்கள் என்னை இந்தப் புள்ளியில் கொண்டு வந்து நிறுத்தி இருக்கிறது.

நான் ஒன்பதாம் வகுப்பு படிக்கும் பொழுது இராஜபாளையம் ஆனந்தா ஹோட்டல்ஸ் ஆனந்தி அக்காவின் கவிதை நூல் ஒன்றை வீட்டுக்குக் கொண்டு வந்திருந்தார் எனது அப்பா. வார, மாத இதழ்களை நிறைய வாசித்துப் பழக்கப்பட்டிருந்த எனக்கு உரைநடையாக இல்லாத அந்த எழுத்து அமைப்பு பெரும் ஆச்சரியமாக இருந்தது. கேட்டதற்கு அந்த மாதிரியான எழுத்து வகைமைக்குப் பெயர் கவிதை என்று கூறினார்கள். அவ்வளவுதான்.. அவ்வளவேதான். அதெல்லாம் மறந்தே போய்..

இருபத்தாறு வருடங்கள் கழித்து புத்தகங்களைத் தேடி ஒரு நீண்டகடும் பயணமாக ஏழுகடல் ஏழு மலைகளைத்தாண்டி ஒரு வழியாக டிஸ்கவரி

புக் பேலஸிற்கு வர ஆரம்பித்த பொழுது கவிஞர் எழுத்தாளர் இயக்குனர் பிருந்தா சாரதி அவர்களின் கவிதை நூல்களை, எழுதியவர் அவர்தான் என்பது தெரியாமல், இவர் நன்றாக எழுதுவாரா என்று அவரிடமே கேட்டு அவரைத் திகைக்க வைத்து மீண்டும் எனது கவிதை வாசிப்பை ஆரம்பித்தேன்.

ஆனால் உற்சாகமாக ஆரம்பித்த அக்கவிதை வாசிப்பு சமகால பெருங்கவிஞர்கள் சிலரின் படிமங்கள் மற்றும் ஆழமான அழகான வார்த்தை விளையாட்டுகள் நிறைந்த கவிதைகளை வாசிக்கும் பொழுது எனது வாசிப்பின் போதாமையை உணர்த்தி என்னைத் தாழ்வு மனப்பான்மைக்குள் தள்ள ஆரம்பித்தன. அதனால் கவிதைகளை ஒதுக்கி வைத்துவிட்டு உரைநடை நூல்களை இலக்கியம், சமூகம், அரசியல், வரலாறு எனத் தொடர்ந்து விரும்பி வாசிக்க ஆரம்பித்தேன். நூல் வாசிப்பு என்பது பெரும் போதையாகவே என்னை ஆட்கொள்ள ஆரம்பித்தது.

பேரன்பு, பெருங்காதல், பெருங்கவலை, பெருங்கோபம் பெருங்கலவி என அந்தந்த உணர்வுகளின் உச்சப் பெருவெடிப்பில் எனக்குள் இருந்து வெளிப்பட்ட வார்த்தைச் சிதறல்களை கவிதைகள் என மற்றவர் அடையாளம் காணும்படி செய்யும் விந்தையை நிகழ்த்தியது இந்தத் தொடர் வாசிப்பு அனுபவம்தான்.

நான் கவிதை எழுதுவேன் என்று நானே நம்பியதில்லை. சிறந்த நூல்களைப் படைத்த தமிழ் எழுத்தாளர்களுக்கும் தமிழ் மொழிக்கும் நன்றி சொல்லக் கடமைப் பட்டிருக்கிறேன்.

தற்பொழுது பெரும் கவிஞர்களின் கவிதைகள் புரியும் அளவிற்கு என் வாசிப்பு அனுபவத்தைத் தீவிரப்படுத்திக் கொண்டும் இருக்கிறேன். இது குறித்த போதாமை, பயம் இன்னும் என்னைவிட்டு அகலவில்லை.

திரை எழுத்தாளர் விஜயமூர்த்தி என்ற லீலா புத்திரனின் வழிகாட்டுதலில் எனது வார்த்தைச் சிதறல்கள் சிறிது கவிதைத் தன்மை பெற ஆரம்பித்தது. அந்த எளிய கவிதைத் தன்மை அடுத்த கட்டத்திற்கு நகர்வதற்கு கவிஞர் யவனிகா ஸ்ரீராம் அவர்களின் வழிகாட்டுதல் மிகப் பெரும் உதவியாக இருந்தது. தமுஎகச இராஜபாளையம் கிளைத்தலைவர் தோழர் கவிஞர் நந்தன் கனகராஜ் அவர்கள்என் மீது நம்பிக்கை வைத்து கவிதைகளைத்

தொகுப்பாகக் கொண்டு வருவதற்கு முயற்சி மேற்கொண்டு என்னைப் பெரிதும் ஊக்கப்படுத்தினார். இவர்கள் மூவரின் வழிகாட்டலில் உருவானதுதான் இந்தக் கவிதைத் தொகுப்பு.

நல்ல புத்தகங்களை வாசிப்பதற்கு உற்சாகப்படுத்தி,ஒரு பயணியாக இந்தஉலகைக்காண்பதற்கு வழிகாட்டி,எளிய மக்களின் வாழ்வை உணர்வுகளை அவர்களின் அருகில் சென்று உணர்ந்து கொள்ள வேண்டிய அவசியத்தை எனக்கு புரிய வைத்துஆரம்ப காலத்திலிருந்து என் மீது அதீத நம்பிக்கை வைத்து என்னை எழுதச் சொல்லிஅன்புடன் நிர்பந்தப்படுத்தும் ஆசிரியராக,கண்டிப்பான தகப்பனாக இருந்துவரும் கவிஞர் அறிவுமதி ஐயா அவர்களுக்கும்

கவிதை, சிறுகதை, திரைக்கதை என எதுவாக இருந்தாலும் எழுதுவதற்கு என்னைத் தொடர்ந்து உற்சாகப்படுத்திவரும் பேரன்பு மனிதர் தோழர் எழுத்தாளர் கரன்கார்க்கி அவர்களுக்கும்

படத்தொகுப்பாளர் தமுஎகச சாலிகிராமம் கிளைச் செயலாளர் தோழர் சரத்குமார், எழுத்தாளர் செந்தூரன் ஈஸ்வரநாதன், திரைக்கதை ஆசிரியர் இயக்குனர் நீலன் K சேகர், கவிஞர் நிஷா மன்சூர், நண்பர் முகிலன் ஆயக்காரன்புலம், நடிகர், இயக்குனர் மதன் தக்ஷிணாமூர்த்தி, திரை எழுத்தாளர்நந்தன் ஸ்ரீதரன், எழுத்தாளர், திரைக்கதை ஆசிரியர் ஜே.பி.சாணக்யா, தோழர் மலர்விழிஆகியோருக்கும்

கடந்த ஐந்து வருடங்களாக எனது சிறந்த நண்பராக இருந்து வரும் கவிஞர் பாடலாசிரியர் இளங்கோ கிருஷ்ணன் அவர்களை அணிந்துரைக்காக அணுகி அவருக்கு சிறு அதிர்ச்சியைக் கொடுத்தேன். அவருக்கு ஒரு நடிகையாகவும் திரைப்பட உதவி இயக்குனராகவும் மட்டுமே எனது முகங்களைக் காண்பித்திருந்தேன். கவிதை எழுதுகிறேன் என்று சொல்ல மிகக் கூச்சப்பட்டு தயங்கித் தயங்கிதான் அவரிடம் அணிந்துரை கேட்கச் சென்றேன். ஆனால் நட்பை மதித்து மிக இயல்பாக சில ஆலோசனைகளையும் கூறி அரவணைத்துக் கொண்ட அவரின் நட்பு உள்ளத்திற்கும்

இதுதான் கவிதையா இவர் நன்றாக எழுதுவாரா என்று ஆர்வக்கோளாறுடன் அறிமுகமாகிய என்னை ஒரு குழந்தையைப்போல் மனதில் தேக்கி, அந்த நாளிலிருந்து நீண்ட

ஐந்தாண்டு கால இடைவெளிக்குப் பின்னும் என்னை அதே மென் புன்னகையுடன் அங்கீகரித்து அணிந்துரை எழுதிக் கொடுத்திருக்கும் அன்பின் பெருந்தகை கவிஞர், திரை எழுத்தாளர், இயக்குனர் பிருந்தா சாரதி அவர்களுக்கும்

இந்தப் புத்தகத்தை அழகாக வடிவமைத்து பதிப்பித்துக் கொடுத்திருக்கும் இனியவர்கள் வேரல் பதிப்பகம் அம்பிகா குமரன் மற்றும் லார்க் பாஸ்கரன் அவர்களுக்கும்

தமுஎகச தென்சென்னை மாவட்டம் மற்றும் இராஜபாளையம் கிளைத் தோழர்கள் அனைவருக்கும் எனது பேரன்பும் பெரு நன்றியும்

நகுநா

உள்ளே

1. ஊர் என்பது... - 23
2. நாம் சமைக்கும் நாம் - 24
3. ஒரு டாட்டூ - 25
4. பிம்பத்தின் நிழல் - 26
5. மனிதவாடை - 28
6. மலர்த்தும் பட்டாம்பூச்சிகள் - 29
7. கனவுத் தாரகை - 30
8. அறைகளில் குளிர் - 32
9. அன்பின் பெருவெளி - 33
10. ஞாபகமழை - 34
11. உயிர்மை - 35
12. யுத்தத்தின் வலப்பக்கம் - 36
13. யுத்தத்தின் இடப்பக்கம் - 37
14. யுக தூரம் - 38
15. காலிக்கோப்பை - 39
16. நீலப்பறவை - 40
17. செல்லத்தின் விடியல் - 41
18. மிச்சமிருக்கிறது இன்னும் - 42
19. பிறகென்ன.. - 43
20. சலனம் - 44
21. மந்தை - 45
22. வண்ணங்கள் களித்தல் - 46

23. இந்தியக் குடிமகன் - 47

24. ஊனமடைந்த உடல்மொழி - 48

25. கரைதல் - 49

26. மறை மயிர் - 50

27. திண்ணை வெயில் - 51

28. அம்மனலங்காரம் - 52

29. உறங்கும் நாய் - 53

30. மழை முத்தம் - 54

31. பிறைகளின் திசைகள் - 55

32. நிசப்தம் - 56

33. பாலினம் - 57

34. வாசமில்லாக் கனவுகள் - 58

35. சிறுநீர் கழித்தல் - 59

36. உவப்புநீர் - 61

37. விரல்நுனி நட்சத்திரங்கள் - 62

38. தாய் நாற்றம் - 63

39. சொல்லியே ஆகவேண்டும் - 65

40. துளியின் பயணம் - 67

41. உண்டியல் - 68

42. இடைநிறுத்தம் - 69

43. பொருத்தம் - 70

44. தீராப்பித்து - 71

45. இயங்கும் யோனி - 72

46. கொரோனா - 73

47. அன்று முறித்த உறவு - 74

48. காதலை நேசிப்பவள் - 75
49. சுமை - 77
50. கணக்கில் வராத காலங்கள் - 78
51. உடைந்தபழம் - 79
52. அகத்தின் பெருநெருப்பு - 80
53. வடதிசையிலிருந்து ஒரு செய்தி - 81
54. காதலரின் மனைவியர் - 82
55. புதியவிலங்கு - 83

ஊர் என்பது...

சிற்றூரில் இருந்து பேரூருக்கு
பகலில் பறக்க அனுமதித்த சாலை
நெடுஞ்சாலையாகவும் குறுஞ்சாலையாகவும்
கிளை பிரிந்து வழி மறித்து
நிற்கச் செய்தது என்னை
மழை பொழியும் இரவின் தொடக்கத்தில்

ஓரத்து கிராமத்திலிருக்கும்
வீட்டுக்கான வழியை
தனது கால்களால் வரைந்துகொண்டே
விரைந்து கொண்டிருந்தாள்
கையில் கனமான கட்டைப் பையுடன்
நெடுஞ்சாலையில்
தனியாய் பெண்ணொருத்தி..

அவளின் வழிமறித்து எனது வழி கேட்டேன்
நீட்டிய கைகளால் மழையைப் பிளந்து
எனக்கான சாலையை மீட்டுக் கொடுத்தவள்
“பார்த்து பத்திரமா போப்பா”
என்ற அன்பில்
ஊர் தெரிய ஆரம்பித்தது..

நாம் சமைக்கும் நாம்

நாம் சமைத்த நம்மை
அழகாக அடுக்கி வைக்கிறோம்
செவ்வாயின் உணவு மேசையில்
வெப்பப் பாறைகளும் புழுதிக் கோளங்களும்
மென்று செரிக்கின்றன நம்மை..

நான் உனக்காக சுட்ட தோசைகளும்
நீ எனக்காக தயாரித்த பழரசமும்
சரித்திரத்தின் இருள் வெளியில்
மீட்க முடியா ஒளித் தொலைவில்
விளையாடிக் கொண்டிருக்கின்றன
வால்நட்சத்திரமாய் அவை உருமாறும் வேளையில்
செரிக்கப்பட்ட நாம் மீண்டும் பிறக்கிறோம்

இம்முறை கவனமாய் சமைக்கிறோம்
நம்மை நாமே விரும்பி உண்ணும்படி

நம்பிக்கையுடன் ஓடிக் கொண்டிருக்கும்
காதலர்கள் முன் நட்சத்திரங்களாய்
அன்புடன் கிடத்துகிறோம்
நாம் புசித்த நம்மை
பூமியின் உணவு மேசையில்..

ஒரு டாட்டூ

எப்படியும் அவள் சென்றடைவதற்கு
இரவு 10மணி ஆகிவிடும்
தொட்டுக்கொள்ள மார்பகத்து டாட்டூவும்
ஆழமான நாபிச்சுழியும் இருக்கும்பொழுது
ஒரு பியரோ ரம்மோ விஸ்கியோ
எதுவாக இருந்தாலும்
ஆரம்பிக்க சரியான நேரம்தான்
சற்றேறக்குறைய அனைத்து வண்டிகளும்
அதனதன் இடத்திற்கு வந்து சேர்ந்துவிட்டன
உறுமல் அதிகமாகியது வயிற்றில்
முக்குக்கடை பரோட்டா பார்சல்
சோம்பேறித்தனத்தின் நாற்காலியில்
கவிழ்ந்து கிடக்கிறது
சரிந்த மஞ்சள் சேலையுடன்
அவளை ஆழமாய் முகர்ந்தேன்
இதழ்களின் சிவப்பு லிப்ஸ்டிக்கை
உதடுகளால் ஒற்றி
அவள் கன்னங்களில் அழுத்தமாய் பதியமிட்டேன்
முலைகளின் மேல் துள்ளிய
டாட்டூ மீன்களை
ஒவ்வொன்றாய் சாப்பிட ஆரம்பித்தேன்
சாவுக்கிராக்கி..
கத்திட்டே இருக்கேன் காது கேக்கல
ஓரமாய் என்னைத் தள்ளிவிட்டு
ஆட்டோவைக் கிளப்பினான் டிரைவர்
பின்னிருக்கையில் அமர்ந்திருந்த
டாட்டூ மார்பகம் மஞ்சள் புடவையில்
மல்லிகை வாசத்துடன் என்னைக் கடந்து
தரமான மீன்களென
என் வாயில் துள்ளிக்கிடந்த மீன்களை
குழம்பு வைக்க எடுத்துச் சென்றான்
பரோட்டா கடைக்காரன்

பிம்பத்தின் நிழல்

உற்றுப் பார்த்தபடி
அமர்ந்திருக்கிறது வாழ்க்கை

இருப்பினும்
இன்னமும் தேடிக்கொண்டிருக்கிறேன்
சில பல காதல்களை நுகர்ந்தும்
கண்டடைய முடியா
என் கனவு நாயகனை

என் அப்பா
சைக்கிள்களின் ஆட்சிக்காலத்தில்
ஊர் அதிர டுபு டுபுவென்று
புல்லட்டில் வந்திறங்கியவர்

அழைப்புமணிக்கு பதிலாய்
என் பெயர் விளிக்கும் வழக்கத்தில்
நான் இல்லா இடத்திலும்
ஆனந்தமாய் அசடு வழிபவர்

ஊர் உணர்வதற்கு முன்பே
எங்கள் வீடு வந்து சேர்ந்து விட்ட
கேஸ்அடுப்பு குக்கர் மிக்ஸி
கிரைண்டர் தொலைபேசிகளை
பார்த்துப் பார்த்து வியந்து நின்ற மக்களைக் கடந்து
அடுத்தது காண எனது கரம்பற்றி
அழைத்துச் சென்றவர்

புத்தகக் குவியல்களின் மீது
டீவி இல்லா உலகத்தில்
சிறுவர் உலகின் பேரரசியாய்
என்னை சிம்மாசனத்தில்
அமர வைத்தவர்

வீதிகள்தோறும்
வெள்ளமாய் பெருக்கெடுத்து ஓடும்
நிலவொளியில் மிதந்தபடி
நள்ளிரவின் தேவதையாய் நான்
பயம் இன்றி தனித்து நடக்க
நடந்து காட்டியவர்

பிறந்தநாட்கள் அறியா ஊரை
நான் பிறந்த நாட்களில்
சாக்லேட் பாக்ஸ்களால் நிறைத்தவர்

முகம் பார்த்து எனை உணர்ந்து
ஓராயிரம் வார்த்தைகளுக்கு
ஒரு வேலையுமில்லாமல் செய்து விடுபவர்

என் அப்பா
நிறைந்து வழியும் என் நினைவுகளின் **அரசன்**
கனிந்து மலரும் என் கனவுகளின் **பிம்பம்**

அவரைப் பிரிந்து வாழும்
என் அம்மா வீட்டு முற்றத்தில்
சாவகாசமாய்
கால்மேல் கால் போட்டு அமர்ந்தபடி
மந்தகாசப் புன்னகையோடு
என்னை
உற்றுப் பார்த்தபடி
அமர்ந்திருக்கிறது வாழ்க்கை

மனிதவாடை

வெட்டப்பட்ட வேப்பமரத்தின்
கிளைகளுக்கிடையில்
வீசி எறியப்பட்ட உணவுப்பொட்டலத்தை
கைப்பற்றும் மும்முரத்தில்
ஒரு நாய்..

வலியதற்கு வழி விட்டு
மிச்சத்திற்கான பதைப்புடன்
நாக்கில் எச்சில் வழிய
ஒரு நாய்

தோற்றுப்போனவைகள்
தூரத்தில் நிற்க
ஓரக்கண் பார்வை வேண்டி
கலவியின் வேட்கையுடன்
பெட்டையின் பின்னால்
ஒரு நாய்

தனது அக்காள் வாங்கிக்கொடுத்த
ஐஸ்கிரீமை
எதிர்காலத்திற்கென சேமிக்கும்
உத்வேகத்தில்
பள்ளம் தோண்டிக் கொண்டிருக்கிறது
ஒரு நாய்

கிராமத்து மக்களை
தனது கேமராவில் சுருட்டிக் கொண்டிருந்த
இயக்குனரின் அருகிலமர்ந்து
தனது ஊர் மக்களைப்
பார்த்து ரசித்தபடி
ஒரு நாய்

காற்றில் அதீத மனித வாடை

மலர்த்தும் பட்டாம்பூச்சிகள்

கண்ட கணத்தில் மனம் சிலிர்த்து
துப்பாக்கியின் குண்டுகளை உமிழாமல்
கடைசி நொடியில்
பிழைத்துப் போகட்டுமென விட்டு விட்டேன்
சில பிரேதங்களை

சிறகடிக்கும் சிறு மலர்களை
சிறை பிடிப்பதற்கு சுற்றி அலைகிறேன்
கையிருப்பில் இருந்த
கத்திகளையும் குண்டுகளையும்
காற்றில் தொலைத்துவிட்டு

மிச்சம் இருக்கும் பேனாக்களில்
மை தீருவதற்குள்
பாடம் பண்ணியே ஆகவேண்டும்
பட்டாம்பூச்சிகளை
ஒரு கவிதையிலாவது..

கனவுத் தாரகை

முகத்தோடு முகம் சேர்த்து
அவளை இறுக அணைத்தான்
கட்.. கட்..
சார்.. நாயகியைப் போர்த்தி இருக்கும் துண்டை
முதலில் வீசி எறிய வேண்டும்
மேடம்.. இன்னும் சிணுங்கலாக
அவரைக்கட்டியணைக்க வேண்டும்
கட்.. கட்..
சார்.. நாயகியை இறுக்கி அணைத்து
அவரின் உதடுகளைக் கவ்வ வேண்டும்
மேடம்.. இன்னும் கிறக்கமாக
கண்களை மூடி மையலாய்
அவர் மீது படிய வேண்டும்
கேமரா ரோலிங்.. ஆக்ஷன்..

மழையில் நனைந்தபடி
காதலர் இருவரும் கட்டி அணைத்து
உதடுகள் கவ்விக் கிறங்கினர்
ஆடைகளற்ற அவள் முதுகில்
ஆசையாய் முகம் தேய்த்தவனுள்
கிறங்கி சுருண்டவள் பற்களால்
அவன் கன்னங்களைக் கடிக்க
மூர்க்கமாய் அவளைப் பிசைய ஆரம்பித்தான்
கட்...
நிறைவாய் புன்னகைத்தார் இயக்குனர்

ஈரத் துணிகளை மாற்றி விட்டு
வந்தமர்ந்தனர் நாயகனும் நாயகியும்
உற்சாகமாய் பேசத்தொடங்கினர் அனைவரும்

தங்கள் மனைவிகளின் அருமைகளை
கூச்ச சுபாவத்தின் பெருமைகளை

கவனமாய் காதுகள் கழற்றி
மனதினுள் வார்த்தைகள் புதைத்து
உதட்டில் ஒட்ட வைக்கப்பட்ட
புன்னகையுடன்
சிலையென அமர்ந்திருந்தாள்
காதலை காவியமாய் படைப்பதற்கு
தன் கூச்சம் கலைத்த கனவுத்தாரகை

அறைகளில் குளிர்

நெடு நேரமாய்
ஜன்னலைத் தட்டிக்கொண்டிருக்கிறது..
மழை

மேசையின் மீது
பருகப்படாத பச்சைத் தேநீர்
கசப்பேறிக் கிடக்கிறது

மீண்டும் மீண்டும் நனையும்
ஆடைகளால்
அறைகளில் குளிர்

மெல்லிய வெப்பம்
தந்துகைகளில் கசிய
கிசுகிசுப்பாய் நீ பாடும் பாடலில்
சுவர்கள் கரைகின்றன

மழை தட்டிக்கொண்டே இருக்கட்டும்
கதவைத் திறக்கமாட்டேன்

அன்பின் பெருவெளி

தேவதை ஒருத்தியை
துரத்திச் சென்றன நான்கு நாய்கள்
புன்னகையுடன் தலை தடவ முயன்றவளின்
விரல்களைக் கவ்வியது வெள்ளை நாய்
வழியும் ரத்தத்துடன் வடியா
புன்னகையோடு நகர்ந்தவளின்
கெண்டைக்கால் சதையை
நரம்போடு இழுத்து சுவைத்தது பழுப்பு நிற நாய்
தடுமாறி விழுந்த தேவதையின் இடது மார்பை
முழுவதுமாகக் கடித்துக்குதறியது தடித்த நாய்
வலி மறைத்து புன்னகைக்க முயன்ற தேவதையை
மூக்கோடு வாயையும்
ஒரு பக்கக் கன்னச் சதையையும்
எலும்போடு பிய்த்து எடுத்தது கருப்பு நாய்
கோரமான முகத்தில் மிஞ்சிய கண்களில்
கருணையுடன் சாய்ந்தவளின் மீது
மொத்தமாய்ப் பாய்ந்தன நாய்களனைத்தும்..
எஞ்சிய ஒற்றை நகத்துணுக்கு
வானில் பிறையானது

ஞாபகமழை

முழுவதும் தொலைந்த பின்னும்
சேர்ந்து ரசித்த நிலவு
வந்து கொண்டுதான் இருக்கிறது
சேர்ந்து திளைத்த நிமிடங்கள்
கடந்து கொண்டுதான் இருக்கிறது
சேர்ந்து கடந்த சாலைகள்
நீண்டு கொண்டுதான் இருக்கிறது
அதோ
நம்மைக் கடந்து போன மேகங்கள்
அவை எங்கேனும்
மழையாகவும் பொழிந்திருக்கலாம்
இழுத்தணைத்த கரங்களால்
இப்பொழுது என்ன செய்து கொண்டிருக்கிறாய்

உயிர்மை

வெற்றிடத்தில்
உதிரி உதிரியாய் சில தோற்றக்கீற்றுகள்
ஒரு கனவில் நான் உயரப் பறக்கிறேன்
ஒரு ஞாபகத்தில் நான் மிதந்து திளைக்கிறேன்
ஒரு நினைவில் நான் படுத்துக் கிடக்கிறேன்
மற்றுமொரு கனவில்
முழுவதும் வெண்மை பிசுபிசுக்க
முகம் தூக்கினான் ஒருவன்
மற்றுமொரு ஞாபகத்தில்
மிதமான உப்பும் துவர்ப்புமானதொரு சுவையென
பிதற்றினான் மற்றொருவன்
மற்றுமொரு நினைவில்
தாகம் தணிக்க
அருந்தத் தொடங்கினான் வேறொருவன்
வெப்பத்தில் உருக ஆரம்பித்தன மேகங்கள்
ஒரு கனவில்
ஒரு ஞாபகத்தில்
ஒரு நினைவில்
நடக்கத் தொடங்கினேன்
கருவறையை நோக்கி..

யுத்தத்தின் வலப்பக்கம்

ஆக்ரோஷமாய் கைகள் காற்றில் ஆட
சர்ர்ரென்று
தரையிறங்கி சாகசம் செய்கின்றன
ஓங்கி மிதித்தால் சிதறுகின்றன
திசைகளில்

கடும் சினம் அடக்கிக் காத்திருந்தால்
வரும்..
உளவாளியாய் ஒற்றைக் கொசு

பொறுமையுடன் இரத்த தானம் செய்தால்
நம்பி வரும் குழுவில்
நான்கை அடிக்கலாம்
விளைவு..
தடுமாறி விழ வைக்கும்
தலையைச் சுற்றும் கொசுப்படை

நல்லவேளை..
சீக்கிரமே செத்து விடுகின்றன
இந்தக் கொசுக்கள்

யுத்தத்தின் இடப்பக்கம்

பிணங்கள் சிதறி விழுகின்றன
ஒரு பிணமும் அடக்கம் செய்யப்படுவதில்லை
உறவுகளின் ஒப்பாரி ஒருவருக்கும் கேட்பதில்லை
சொந்தமாய் போர்க்கருவிகள் இல்லை
விரும்பினாலும் விரும்பாவிட்டாலும்
போர் போர் போர்
யுத்தத்தில்தான் வாழ்க்கை
வேறு வழியில்லை
வாழ்ந்தே ஆக வேண்டும்
மரிக்கும் உயிர்களையும்
உதிரும் பிணங்களையும்
திரும்பிப் பார்க்க நேரமில்லை

இவர்களின் எதிரிகள்
வீழ்வதும் இல்லை
சாவதும் இல்லை

அவர்களது அனைத்தும் நவீனரகத் துருப்புகள்
இருப்பினும் பயந்து நடுங்கும் எதிரிகளுக்கு
என்றும் "சிம்ம சொப்பனம்"தான் இவர்கள்
கொசுக்களுக்கும் மனிதர்களுக்குமான
இந்தத் தொடர் யுத்தத்தில்

யுக தூரம்

கேள்விப்பட்டேன்
சந்துகள் சாலைகளாகவும்
சாலைகள் நெடுஞ்சாலைகளாகவும்
நீண்டு நெளிந்து கிடக்கிறதென..
சமையலறையிலிருந்து
இரண்டாயிரம் அடியிலிருக்கும்
எனது அறையிலிருந்து வாசற்கதவின்
சாவி இருக்கும் இடத்திற்கான வழி
அவ்வளவு நீண்டதில்லை
சில யுகங்கள் நடந்தால் போதும்..

காலிக்கோப்பை

இனித்த முத்தம் தொண்டையில் எரிகிறது
குளிர்சாதனப்பெட்டியில்
ஒரே ஒரு வெள்ளரிப்பிஞ்சு
நேற்றுபோல் இன்று நான் இல்லை என்று
சொல்பவர்களுக்கிடையே
அன்றாடத்தை மடித்து வைக்கிறேன்..
காலிக் கோப்பை காய்ந்து கிடக்கிறது
இப்போது மீண்டும் ஒரு முத்தமிடலாம்
ஏனென்றால்
நான் ஒரு இருவிதையிலைத் தாவரம்

நீலப்பறவை

அலைந்து அலைந்து கரை ஒதுங்கியது
அரைக் கட்டுமரம் ஒன்று..
ஒன்றன் பின் ஒன்றாய் துள்ளி
வெளியேறின வெள்ளை டிராகன்கள்..
பிடரி சிலிர்க்க பாய்ந்து வந்தன
வெள்ளைக் குதிரைகள்..
நிதானமாய் வந்து சேர்ந்தன
நீள் படகுகள்..
பூப்பறிக்க வருகிறோம்
பூப்பறிக்க வருகிறோம்
கைகோர்த்து பாடியபடி
வரிசை வரிசையாய் வருகின்றன
நுரைக் குவியல்கள்
வானத்தில் பறவைகள் வட்டமிடுகின்றன
கவலைகள் களவாடப்படுவது தெரியாமல்
அலைகளில் மிதந்தபடி
கரையினில் இவர்கள்

செல்லத்தின் விடியல்

முனங்கிக்கொண்டே
மீண்டுமொரு முறை
கழிவறை சென்று வருபவன்
அலை அலையாய் பரவிய சில்லிப்பில்
நரம்புகள் நடனமாட
போர்வையை இழுத்துப் போர்த்தி
நிம்மதியாய்த் தூங்கத் தொடங்குகிறான்
பெருகும் சிறுநீரைத் தவிப்புடன் அடக்கியபடி
திறக்கப்படும் கதவிற்காய்
விடியலைநோக்கி மௌனமாய்க் கடக்கிறது
கார்த்திகை மாதக்குளிரை
கட்டிலுக்கு அடியில்
அவனின் செல்லநாய்க்குட்டி

மிச்சமிருக்கிறது இன்னும்

கணங்களை யுகங்களாக்கி
வெளிச்சத்தில் முகம் பார்த்து
கண்கள் கோர்த்து
புணர்கிறாய் என்னை
மச்சத்தில் மட்டுமல்ல
என் உச்சத்திலும் திளைக்கிறாய்
நீண்ட கலவியின் முடிவில்
வெளிச்சம் இன்னமும் மிச்சமிருக்கிறது..
வா
இருள்வதற்குள்
காதலை எடுத்து அணிந்துகொள்வோம்

பிறகென்ன..

ஆதாம்
ஆற்றில் விழுந்தான்
ஏவாள்
மழையில் நனைந்தாள்
பிறகு

பிறகென்ன
நாம் குளிக்க வேண்டியதாய் இருக்கிறது
தினமும்

சலனம்

சலனமற்ற அவள் விழித்திரையின்
கிழக்குக்கரையில்
ஆண்களும் பெண்களுமாய்
துவைத்துக் கொண்டிருக்கிறார்கள்
மேற்குக்கரையில்
மாடுகள் குளித்துக் கொண்டிருக்கின்றன
விழியின் நடுவில்
எதிர்நீச்சல் அடித்துக் கொண்டிருக்கிறது
வளர்க்கும் நாய்
ஏதோ ஒரு சிந்தனையில் சட்டென எழுந்தாள்
நதியின் வனத்தில் சலனங்கள்
கூச்செரிந்து பறக்கின்றன பறவைகள்

மந்தை

உலகின் அத்தனை அவசரங்களையும்
ஓரங்கட்டிவிட்டு
எருமை மந்தைபோல் விரைகிறது
நகரப் போக்குவரத்து

சிக்காமல் நழுவும் புதுப்பெண்ணைப் போல்
போக்குக்காட்டி முன் செல்லும்
காரின் பின்பக்கம்
அவசரமாய் முத்தமிட்டது பேருந்து

நெளிந்த காரிலிருந்து
சிவப்பாய் வழிந்தவர்களைக் கண்டு
கணநேரம் தயங்கி
விரைந்து நகரத் தொடங்கியது
மந்தை

சிக்னலில் சிவப்பு ஒளிர்கிறது

வண்ணங்கள் களித்தல்

சிவப்பு பழுப்பு கருப்பு
வெள்ளை மஞ்சள் நீலம்
பச்சை ஊதா
செம்பழுப்பு அடர் ஊதா
இருள் சாம்பல் கருநீலம்
ஆழ்சிவப்பு
நிறக் குவியலாய் இறகு மகுடங்கள்
வண்ணச் சிதறலாய் ஆடை அணிகலன்கள்
ஆட்டம் தொடங்குகிறது
துள்ளித் துவண்டு
குழைந்து நெகிழ்ந்து
மகிழ்ந்து சோர்ந்து
ஆட்டம் தொடர்கிறது
நிலம் அதிர அதிரத் துள்ளலாய்
இனிய கூவல்களுடன் ஆரவாரமாய்
ஓர் நடனத்தை
கானகத்தில் தேனைச் சிந்தும்
இயற்கையைப் போல்
அவளுக்குள் நிகழ்த்தினான்
உச்சத்தின் பெருவெடிப்பில்
மூச்சிரைக்கக் கண் திறந்தவள் முன்
வண்ணங்கள் கலைத்து
அடர்த்தியாய் நின்றது இரவு
பால்கனியில் பிரம்மாண்டமாய் அமர்ந்திருக்கும்
இரவின் கருமைக்குள்
மிகத்தீவிரமாகத் தேடினாள்
வண்ணங்களை
நடனங்களுக்கான வண்ணங்களை..

இந்தியக் குடிமகன்

தோழி சுபேதா
தன் சகோதரனின் திருமணப் பத்திரிக்கையை
நீட்டிய கணத்திலிருந்தே
மனதில் மட்டன் பிரியாணியின் மணம்

தோழன் சாம்பசிவத்தின்
மலை கிராமத்திற்குச் செல்ல
பேருந்தில் ஏறி அமர்ந்த நொடியிலிருந்து
நினைவில் நாட்டுக்கோழிகளின் நடனம்

நண்பர்களுடன்
பீர் அடிக்க முடிவு செய்த வினாடியிலிருந்து
எண்ணங்களில் வரிசையாய் ருசியாய்
பீஃப்களின் அணிவகுப்பு

சாப்பாடு மட்டுமல்ல
இருக்கிறது
இன்னும் இன்னும் ரசிக்க அனுபவிக்க
எவ்வளவோ

ஆடு மாடு அரசியல்
லஞ்சம் ஊழல்
கொலை கொள்ளை
பாலியல் வன்கொடுமை

அட எதுவாய் இருந்தால் என்ன
நேரில் வரட்டும்
ஒரு கை பார்த்துவிடலாம்
இப்பொழுது கொஞ்சம் நகர்ந்து கொள்ளுங்கள்

ஊனமடைந்த உடல்மொழி

ஒரு கட்டிப்பிடித்தலில் என்ன இருக்கிறது
வனங்களில் பழங்குடிகள்
பெருமரத்தை வெட்ட வேண்டாமென
கூட்டாக அதைக் கட்டிப்பிடிக்கிறார்கள்
பிரிவு முனைக் கண்ணீரை
ஆற்றுப்படுத்துகிறது ஒரு தழுவல்
ஒரு நூறு யுகங்கள்
ஒரு சிறு விடுதலை
பிறகும் அதை
விரிவாகச் சொல்ல வேண்டியதில்லை
நாம் அணைத்துக்கொள்வோம் அடிக்கடி
தேவை எனில்
சில முத்தங்களையும் விட்டுச்செல்லலாம்

கரைதல்

காலங்காலமாய்
கண்டுகொள்ளாமல் இருந்தாலும்
விடுவதாக இல்லை
அன்பாய் வருடி
ஆக்ரோஷமாய் மோதி
திரும்பத் திரும்பத் தீண்டித் தீண்டி
தனக்குள் அமிழ்த்திக்கொண்டே வருகிறது
கடல்கரையை
நீளும் இரவுகளில்
நிலவும் என்னை

மறை மயிர்

ஒரு இனிய பயணத்தின் நடுவே
முகிழ்ந்த மோகத்தின் குறுக்கே
சரியாக மழிக்கப்படாத அவளின்
மறை மயிரைப் பார்த்தவனின் சிரிப்பு
அந்த மயிர்களில் நான்கு அவளால்
வெடுக்கென்று பிடுங்கப்பட்ட வேளையில்
இன்னும் பெரிதாய் சிரித்து நிறைத்தது அறையை
சிதறிக் கிடந்த காமத்தில்
உமிழ்ந்து வெளியேறியவளின்
இதுவரையிலும் எழுதப்படாமலே
கிடத்தப்பட்ட பேனா ஒன்று
அவனது ஆணுறுப்பினுள் நுழைந்து
அவளின் கோபத்தை எழுத ஆரம்பித்தது
அலறியபடி அவன் சிரிப்பு
அறையை விட்டு ஓடிய கணத்தில்
அவனது கைகள் அவன் கண்களைப் பிய்த்து
உடம்பிற்கு தூரமாய் வீசியது
அவனின் இடது கால் முன்பக்கமாய் நெளிந்து
அவனது வாய்க்குள் நுழைந்தது
அவனின் வலது கால் பின்பக்கமாய் வளைந்து
அவன் குதத்தைக் கிழித்தது
நடப்பவை எதற்கும் பொறுப்பில்லை
மண்டையோட்டினில் பாதுகாப்பாய்
சிறு மூளை

திண்ணை வெயில்

தூக்கம் கலைந்த கணத்தில்
கண்ணைத் திறவாமல்
திண்ணைக்கு ஓடிவந்த குழந்தை
கூசும் கண்களைப் பாதித் திறந்து
வியந்து பார்த்தது
முன்பகல் வெயிலை
"நீ வந்தாலே லீவா இருக்கு
தெனமும் நான் எழுந்திருக்கும் போதெல்லாம்
நீ வந்தால்
நான் ஸ்கூலுக்கே போக வேணாமே
நெதமும் லீவா இருக்குமில்ல.."
ஏக்கமாய்க் கேட்ட குழந்தையைப் பார்த்து
வெள்ளையாய் சிரித்தது ஞாயிறு

அம்மனலங்காரம்

கோவிலில்
மணி அடிக்கும் சத்தம் கேட்கிறது..
சிரத்தையாய் ஆராதனை செய்தவன்
ரசித்து ரசித்து அலங்கரித்தான்
முத்தாய்ப்பாய்
சந்தனத்தின் அழகு வட்டத்தில்
குங்குமமும் இட்டான்
எண்ணங்களை ஓர்மையாய் அணிதிரட்டி
மந்திரங்களின் பின்னணியில்
அபிஷேகங்களால் தாலாட்டியவன்
யோசிக்காமல் உருவினான் சேலையை
அம்மனின் உடலிலிருந்து
திறந்து கிடக்கும் வாசற்கதவைத்
தேடியவளின் முன் திரை

உறங்கும் நாய்

விரைதலின் வழியில்
உறங்குகிறது நாய்
திடுக்கிட்டு மீள்கிறது போக்குவரத்து
சிரித்து மறைகின்றன நட்சத்திரங்கள்
இரவின் குறுக்கே கிடக்கிறேன்
விழிகள் விரித்து

மழை முத்தம்

மழைக்கும் சாலைக்கும்
இடையே
இதழ்மழை பொழிவேன்என்றாய்
விடாது பெய்கிறது மழை
நம் முத்த மழையில்
சுத்தம் பெறுவதற்காக
சாலையின் நடுவே காத்திருக்கிறேன்
தனிமையை
முத்தமிட்டுக் கொண்டிருக்கிறது மழை

பிறைகளின் திசைகள்

மாதங்கள்தோறும்
பிறைகளினூடே பிறந்து அழியும்
எனது கருமுட்டைகள்
ஒருபோதும் சந்தித்ததில்லை..
ஒரு பவுர்ணமியை
ஒரு அமாவாசையை
நாட்களை எண்ணிக் கொண்டிருக்கிறேன்
அடர் பொட்டல் வெளியில்
ஒற்றை சிற்றிலைச் செடி
அதில் ஊரும்
ஒற்றைப் பச்சைப்புழு
மடி கனத்த நாய்
திரும்பிய பக்கமெல்லாம் திசைகளுடன்
எனது நாட்காட்டியின்
கணிப்பு தவறுவதில்லை
பிறைகளுடன் நட்சத்திரங்களும்
கடக்கின்றன இருள்வெளியை

நிசப்தம்

இரவு முழுவதும்
ஓசை மிகு இயந்திரங்களுடன்
தொழிற்சாலையின்
பரந்த வெளியில் நிற்பவன்..
கீரைக்காரியின் குரல்
குழந்தையின் அழுகை
காய்கறிக்காரரின்
பதிவு செய்யப்பட்ட விற்பனை வரிகள்
பக்கத்து வீட்டின் தொலைக்காட்சியென..
தவிர்க்க இயலா ஓசைகள் அனைத்தையும்
நிசப்தத்தின் அங்கமாக
மூளையில் பதியமிட்டு
குறுகிப் படுக்கிறான்
பகலின் படுக்கையில்..

பாலினம்

என்னுள்
பட்டாம்பூச்சிகளை பறக்க விடுகிறாய்
என்றேன்
ஆம்பள பட்டாம்பூச்சியா
பொம்பள பட்டாம்பூச்சியா
என்றான்
பறந்துவிட்டன பட்டாம்பூச்சிகள்

வாசமில்லாக் கனவுகள்

இரட்டை ஜடைகளை மறைத்த
கேந்திப்பூக்கள் நடத்தின
ஆரம்பப் பள்ளியை

கனகாம்பரங்கள்
முழம் முழமாய் கடத்தின
உயர் பள்ளி நாட்களை

குஞ்சுகள் கூடு திரும்பும் அரிய நாட்களில்
செயற்கை மணத்தில்
குழம்பித் தவித்து நின்றவளை
கைப்பிடித்து அமர வைத்தாள்

கல்லூரி காணாத பூக்கள்
கலைந்த நாட்களில்
பிறந்த மகள்

சிறுநீர் கழித்தல்

தலையைத் தொடர்ந்து
எனது கழுத்தும் தோள்களும்
வெளியே வந்து கொண்டிருந்தன
புதிய காற்று புதிய மணங்கள்
புதிய சத்தங்களை உணர்ந்தும்
மிரளாமல்
மூடிய கண்களின் வழியே
கவனமாய் பார்த்துக் கொண்டிருந்தேன்
பிரம்மன் எனது தலையில்
கிறுக்கிக் கொண்டிருந்தான்
கொடியிடையாள் இவளெனஎழுதும்பொழுது
வெளியேறிக் கொண்டிருந்த
எனது இடையைப் பார்த்தவன்
.0000001 வினாடிக்குள்
கொடியைப் பூசணியாய் கனிய விட்டுவிட்டான்
இதற்குள் தொடைகளும் வெளிவந்துவிட்டன
பிரம்மனைத் தடுப்பதற்கு
கையைத் தூக்கும் முயற்சியில்
எனது கால்கள் இரண்டும்
வெடுக்கென்று வெளியில் வந்து விழுந்தன
செவிலியரின் புன்னகையைப் புறக்கணித்து
மீண்டும் அவனைத் தடுக்க முயல்வதற்குள்
முற்றுப்புள்ளிகளை சிதறவிட்டபடி
ஓடிப்போனான் அவன்
அதிருப்தியில் கையையும் காலையும் உதைத்து

அழத்துவங்கினேன்
எனது முகத்தையும் தொப்பையையும்
ஆசையாய் வருடத் தொடங்கினாள்
என்னை வெளியேற்றிய யோனிக்கு சொந்தக்காரி
அந்தப் பைத்தியக்காரிச்சியின் கையை
தட்டிவிட இயலா கோபத்தில்
மேலும் வீறிட்டு அழத் துவங்கினேன்
சிரிப்பை விரிவாக்கியவள்
அழுவதற்காகத் திறந்த வாய்க்குள்
முலையைத் திணித்தாள்
ஆத்திரத்துடன் அவளை உறிஞ்சத் தொடங்கினேன்
மனதிலும் உடலிலும் ஒரு பேரமைதி
மயக்கமும் கிறக்கமுமாய் ஒரு தூக்கம்
இந்தப் பெண்ணை இப்படியே பழி வாங்கலாமென
கனவிற்கு சிறிது முன்னர்
திருப்தியாய் புன்னகைத்தேன்
கனவில் குரல்கள் ஒலித்தன
கடவுள் குழந்தைக்கு விளையாட்டு காட்டுகிறார்
அழவிட்டு ஓடிப் போனவனைப் புகழும்
முட்டாள்களின்
அந்தக் குரல்களின் மீது நிதானமாய்
சிறுநீர் கழிக்க ஆரம்பித்தேன்..

உவப்பு நீர்

கவனமாய் காம்புகள் அகற்றப்பட்ட
மல்லிகை இதழ்களும்
ரோஜா இதழ்களும்
பூரிப்படைகின்றன
மென்மையாய் வருடப்படும் உடல்
முழுவதுமாய் சிலிர்க்க
தாளாமல்
தாவி அணைத்த நொடியில்
முத்தங்களால் நனைந்த இமைகளிலிருந்தும்
பூக்களால் பூஜிக்கப்பட்ட யோனியிலிருந்தும்
பீறிட்டது உவப்பு நீர்

விரல்நுனி நட்சத்திரங்கள்

பட்டாம்பூச்சிகளை
அமைதிப்படுத்த விரைபவரின் வீட்டிலும்
பட்டாம்பூச்சிகள்

அவற்றின் பெரும் பசியாற்ற
விரல்நுனி
நட்சத்திரங்களும் அவசியம்

இப்பொழுதெல்லாம்
ஆம்புலன்சுக்கு மட்டுமல்ல
உணவுக்காரர்களுக்கும் வழிவிட்டே
வண்டி ஓட்டுகிறேன்

தாய் நாற்றம்

வடக்கிலிருந்து தெற்காக
அகலமாய் விரையும் சாலையை
கிழக்கிலிருந்து மேற்காக
குறுக்குவெட்டாய்
பிளந்ததில் உருவாகிய
நகரின் முக்கிய சந்திப்பை
சற்று முன்னரும் கடந்த நாய்
திடுக்கிட்டு திரும்பியது

வாகனங்களின் கிறீச் ஒலிகள்
மனிதனின் மரண ஓலம்
பறக்க நினைத்தவன்
குருவிக் குவியலாய் தரையினில்..

சிதற ஆரம்பித்த அரைநிமிட
மானிட பரிதாபங்களை
கால்களுக்கிடையில்
கவனமாய் கடந்துசெல்கிறது நாய்

கைவிடப்பட்ட கார்செட்டின் மூலையில்
பால் நாற்ற முலைதேடும்குட்டிகள்
ஓரப்பார்வைகள் தின்று செரிக்கின்றன
வெளியைக் கடக்க இயலா
நெளிந்த முத்தங்களை

நிலவை விழுங்கிய மேகம்
திரட்சியாய் நகர்கிறது
காற்றில் மரங்கள் கலைய ஆரம்பித்தன
கனவில் குழந்தைகள் சிரிக்கின்றன

முடியாத கலவி

நீட்டித்துக்கொண்டே செல்கிறது
காதலை

எதிரில் மனிதர்கள்
எதுவும் தெரியாமல்

நம்பிக்கையுடன் விதைக்கிறேன்
ஒவ்வொரு முறையும்
பச்சையம் இழந்தே முளைக்கிறாய்

நீ
நான்
காதல் பிழை

தாயம் மட்டும் விழவே இல்லை

போதையின்றி புணரும் அளவிற்கு
ருசியாய் இல்லை ஒருவனும்

நம்மை நாமே உருட்டிக் கொள்வோமா
தாயம் விழுந்தால் என்ன
விழாவிட்டால் என்ன

அழுகிய பிணத்தின் புலம்பல்கள்
புறக்கணித்து மேலெழும்பும் சுவாலை
சாம்பல் மேடாய் சிதை

இறந்தகாலத்திலும்
நிகழ்காலம்
எதிர்காலமாகவே

சொல்லியே ஆகவேண்டும்

யாரிடமேனும்
எவரிடமேனும்
எதனிடமேனும்
இதைச் சொல்லியே ஆக வேண்டும்
இந்த இரவு முடிவதற்குள்

குறிப்பாகவேனும் சொல்லிவிடலாமா
வேண்டாம்
யாரேனும் எதையேனும் நினைத்துக் கொள்ளலாம்

அழுது அழுது கரைத்துக் கொள்ளலாமா
வேண்டாம்
யாரேனும் எதையேனும் நினைத்துக் கொள்ளலாம்

கவிதையாய் கிறுக்கி விடலாமா
வேண்டாம்
யாரேனும் எதையேனும் நினைத்துக் கொள்ளலாம்

ஓவியங்களாய் வரைந்து தள்ளி விடலாமா
வேண்டாம்
யாரேனும் எதையேனும் நினைத்துக் கொள்ளலாம்

இசையாய் இசைத்து விடலாமா
வேண்டாம்
யாரேனும் எதையேனும் நினைத்துக் கொள்ளலாம்

சிரித்து சிரித்தே மீண்டு விடலாமா
வேண்டாம்
யாரேனும் எதையேனும் நினைத்துக்கொள்ளலாம்

நிற்க.. நிற்க..
இரவு இன்னும் மீதம் இருக்க
என்ன எழவைச் சொல்ல நினைத்தேன்

துளியின் பயணம்

சிறு மேகம் ஒன்று
பிதுக்கித் தள்ளிய சிறு துளியாய்
இருந்ததிலும்
பிரச்சனை ஒன்றுமில்லை

இந்த பிரபஞ்சம்
பிரம்மாண்டமாய் இருப்பதிலும்
பிரச்சனை ஒன்றும் இல்லை

பல மைல்கள் பிரயாணத்தை
நட்பு பகைமை துரோகம் என
பல துளிகளுடன்
வேகமாய்க் கடந்து வந்ததில் கூட
பிரச்சனை ஒன்றுமில்லை

துளியாக நான் கலக்குமிடம்
நீயாக வேண்டும்
என்ற என் விருப்பத்தில்தான்
ஆரம்பித்தன
பிரச்சனைகள் அனைத்தும்

உண்டியல்

எனக்குத்தான் இது
இல்லை இல்லை எனக்குத்தான்
பெரும் கூச்சலுடன் குழந்தைகள்
பிடித்து இழுத்ததில்
தவறி கீழே விழுந்து உருண்டது

தாறுமாறாய் உருட்டப்பட்ட அதிர்ச்சியில்
நிலைகுலைந்து கிடந்த
நாணயங்களுக்கிடையில் நசுங்கிய
நைந்த பழைய பத்து ரூபாய் ஒன்று
உயிர் பயத்தில் அழ ஆரம்பித்தது

ஐந்து ரூபாய் நாணயம் ஒன்று
படபடப்பிலிருந்து மீண்டு
நடந்ததை அறிய முற்படுகையில்
மீண்டும் ஆரம்பித்தது பிரளயம்
மிக நீண்ட அமைதிக்குப் பின்
முயன்று வெளியில் எட்டிப் பார்த்த
புத்தம் புதிய 100 ரூபாய் நோட்டு
திருப்தியாய் தலையை உள்ளிழுத்தது

யாருக்கும் என்னைப் பிடிக்காததால்
நான் இங்கு சிறைப்பட்டுப் போனேன்
விசும்பிப் புலம்பிய பத்து ரூபாய்க்கு
ஆறுதல் கூறிய புது 100 ரூபாய்
என்னை அவளுக்கு ரொம்பப் பிடித்துப்போனதால்
நான் இங்கு சிறைப்பட்டுப் போனேன்
என்றபடி கசப்புடன் பார்த்தது
தன் புதுப்பொலிவை

இடைநிறுத்தம்

கண்கள் மூடி
கனவுகள் தேடி
இரவுப் பயணங்கள்
இடைநிறுத்தங்களாய்
அதிகாலைகள்

பொருத்தம்

உயரமும் அகலமாய்
ஓங்குதாங்காய் வளர்ந்த பெண்ணின்
இடுப்பளவு உயரத்தில்
குட்டியாய் ஓடிக்கொண்டிருக்கும்
அவள் கணவன்
அந்தி முடிந்த இரவின் தொடக்கத்தில்
கதவை சாத்தும் கணத்தில்
விழித்துக்கொள்ளும் வீதி மொத்தமும்
சில உச்சுக் கொட்டல்களிலும்
பல கேலிப் புன்னகைகளிலும்
அவர்களைப்
புணரத் தொடங்குகிறது

தீராப்பித்து

தொய்ந்து கிடக்கிறாள் தலைவி
மருதாணி இட்ட அவள் விரல்கள்
இப்பொழுது கறுத்துக் கிடக்கின்றன
மருந்தளிக்கும் தாய்க்குத் தெரியாது
பித்து மனதிற்குத்தான் என்று
புலம்பியபடியே கடந்த தோழியின்
கைகளில் நைந்த ஓலை..
"தலைவனாலும் புலவனாலும்
கைவிடப்பட்டவர்கள் நாங்கள்
சங்க காலத்திலிருந்து
அலைந்து திரிகிறோம்
தலைவியிடம் தலைவனைச் சேர்க்க.."
கூறும் பொழுதே உதிர்ந்த ஓலையின்
துகள்கள் ஒவ்வொன்றோடும்
21ம் நூற்றாண்டின் வீதிகள்தோறும்
ஒரு தோழன்

இயங்கும் யோனி

எனது காதலர்கள் என்ன நினைப்பார்கள்
ஒருபோதும் பொருட்படுத்தியதில்லை
எனது கவலையெல்லாம்
புதிதாக வேலைக்கு சேரும்
எனக்கான பணிப்பெண்
இயங்காத என் கால்களைப் பற்றியல்ல
இயங்கும் எனது யோனியைப் பற்றி
என்ன நினைப்பாள் என்பதுதான்

கொரோனா

கணிக்க முடியாது தாக்குதலின் தீவிரத்தை
யுகம் யுகமாய்த் தொடர்கிறது
உயிர் மரித்தும் போகலாம்
சிறு காய்ச்சலுடன் பிழைத்தும் கிடக்கலாம்
முழுக்க மூடித்திரிந்தாலும்
வயது உறவைப்பாராது தாக்கலாம்
நிலத்திற்கு வெளியே நீண்ட வேர்கள்
கோழியின் அடைக்குள்
பூ பிஞ்சு காய் கனிகள்
இருளிலும் நிழலாய் ஒரு பேரச்சம்
ஆண்காமம்
ஒரு பெருந்தொற்று

அன்று முறித்த உறவு

ஒவ்வொரு முறை பெருக்கும் போதும்
கிடைக்கும் கண்ணாடிச் சிதறல்கள்
பிரதிபலித்துக் கொண்டே இருக்கின்றன
வேறு வேறு தோற்றங்களை

காதலை நேசிப்பவள்

என் முதல் காதல்
மரபு வழி வந்தது
நல்லவன் தான்
இருப்பினும்
கர்வம் அதிகம் என்பதால்
கழற்றிப் போட்டுவிட்டேன் அவனை

இரண்டாவது காதல்
காமத்தின் தேவையில் வந்தது
சாரைகளாய்ப் பிணைந்து
திளைத்துக் களித்த பின்
தொண்டையில் நஞ்சாய்
கசந்தவனை
துப்பி வெளியேற்றினேன்

மூன்றாவது காதல்
கசப்பினின்று மீள்தலுக்கான
தேடலில் வந்தது
இனிப்பிற்கு கொழுப்பு ஏறியதில்
கரைத்து வெளியேற்றினேன் அவனை

முக்கா முக்கா மூணு தடவை
மூன்றும் மூதேவர்களாய்ப் போனதில்
ஒரு முடிவுக்கு வந்தேன்

நான்காவது காதலில்
நாலு காதலர்களை
வைத்துக்கொள்வது என்று

ஐந்தாவது காதலுக்கு
தேவை வந்தால்
பன்னிரண்டு காதலர்களை
வைத்துக்கொள்ளலாம் என்று இருக்கிறேன்

காதலர்களை விட
காதலை அதிகம் நேசிக்கிறவள் நான்
மேலும்
காதலில் எனக்கு நம்பிக்கையும் உண்டு

சுமை

உடல் முழுவதும் கனமாய்
ஊறித்திரியும் காமத்தை
விவரிக்க இயலவில்லை
இற்றுப்போனவைகளுக்கான
டெபிட்கார்டுகளை
பூட்டி வைக்கிறேன்
புத்தகக் கண்காட்சியிலிருந்து
பார்வையற்ற மூவர்
கையிலிருக்கும் கோலால்
பூமியுடன் உரையாடியபடி
சுமைகளற்று
திரும்பிச் செல்கின்றனர்

கணக்கில் வராத காலங்கள்

அண்டம் முழுதும்
மினுங்கும் நட்சத்திரங்கள்
தினமும் பூத்து மடியும்
நறுமண மலர்கள்
நான் வாழ்க்கையை
நடை பயிற்சிக்கென அழைத்துச்சென்றேன்
வழிநெடுக
நெகிழ்ந்த தருணங்கள்
தரிசித்த உணர்வுகள்
உணர்ந்த உயிர்களென
பாதை நீள்கிறது
வீடு திரும்பும் புள்ளியில்
சொல்ல ஒன்றுமில்லை
நட்சத்திரங்கள் மிச்சம்

உடைந்த பழம்

கொய்யாவின் மணம் கொண்டதென
ஈராயிரத்தின் குழந்தை
கையளித்த பரிசின்
உடைக்க முடியா ஓட்டினுள்
ஒளிந்து கிடந்ததொரு நறுமணம்
சுவாசித்து உணர்ந்த கணத்தில்
உடைந்தது
விளாம்பழம் மட்டுமல்ல
இடையில் மறித்துக் கிடந்த
தலைமுறையின் காலவெளியும்தான்

அகத்தின் பெருநெருப்பு

தாகித்து உலர்ந்து
அலைந்துகொண்டே இருக்கிறேன்
பெருகித்ததும்பும் காமத்தை
பருக இயலா கையறு நிலையில்
அகத்தின் பெருநெருப்பை
அணைக்க இயலா பெருமழையுடன்

வடதிசையிலிருந்து ஒரு செய்தி

மூத்திரம் பெய்வதற்கு முழித்தவன்
அதை அடக்கிக் கொண்டு
காதுகளைத் தென்மேற்குத் திசையில் திருப்பி
கூர்ந்து கவனித்தான்
குழப்பமாக நடந்தவன் தண்ணீரைக் குடித்துவிட்டு
மூத்திரம் பெய்யத் தொடங்கினான்
இப்போது
குழப்பம் நீங்கியவனாக திருப்தியாகத்
தலையாட்டியபடி
அவசரக் குறிப்பு ஒன்றை எழுதத் தொடங்கினான்
அரபிக்கடலில் அரைகுறையாய்
உருவாகிக் கொண்டிருக்கும் புயல்
அமாவாசைக்கு இன்னும் ஐந்து நாட்களே உள்ள
நிலையில்
கடல் நீர் முழுவதையும் குடித்து விட்டது
அலைஓசை இன்றி
மக்கள் இனி நிம்மதியாகத் தூங்கலாம்
தொலைக்காட்சிகள் காய்ந்த கடற்பரப்பையே
காட்டிக்கிடந்தன
நீண்ட நெடுங்காலத்திற்குப் பின்
மக்கள் அமைதியாக உறங்கத் தொடங்கினர்
செய்தியறிய மேற்கே திரும்பிய சிலைக்கு
நடப்பைச் சொல்லியது நர்மதை
மேலும் நூறு வருடங்களை
நிறைக்கும் புன்னகையுடன்
மீண்டும் கிழக்குப் பார்த்து
திரும்பி நின்று கொண்டது சிலை

காதலரின் மனைவியர்

ஐம்பூதங்களின் ஆற்றலையும்
அளந்தவள் நான்
ஏழு ஸ்வரங்களின் சூட்சுமங்களையும்
அறிந்தவள் நான்
ஒன்பது பருவங்களிலும்
களித்தவள் நான்
கண்களால் காலத்தின் சுழற்சியை
கணித்தவளும் நான்
காதலுக்கு பூஞ்சிறகு
சமயத்தில் கடும்பாறை
பூவிற்கு நான் புள்ளிவட்டம்
காம்புகளுக்குக் கனி
ஆயினும்
காதலர் அனைவரின் மனைவியருக்கும்
காமம் கசந்து போனதின் காரணம் மட்டும்
அறியமாட்டாதவளாய் நான்

புதிய விலங்கு

இருள் ஓங்கிய வனத்தின்
வேர்களுக்கிடையில் பதுங்கி வாழும்
ஒரு தனித்த மிருகம் நான்
என்னுடையவை அனைத்தும் கூர்மையானவை
மூளை கண்கள் காதுகள்
மூக்கு நாவு பற்கள் கால்கள் நகங்கள்
பசி வெறி கோபம் தாபம் ஆத்திரம்
அனைத்தும் அனைத்தும் வெகு கூர்மையானவை
பகலின் இருளிலும் அண்ட முடியா பேரண்டமாய்
நான்
வீழ்த்தி விரட்டிய
சீயம் உழுவை வேழம்
உளியம் படகம் ஊளன்
முசலி போலல்லாது
புதியதாய் ஒரு விலங்கு
என் முன்னே நிற்கிறது
பணித்த கண்கள்
உடைந்த நகங்கள்
மௌன ஊளை
பசிக்காவயிறு
ஒடுங்கிய உடலுடன்
ஆறு பருவங்களிலும்
உரசியபடியேத் தொடர்கிறது என்னை
நாசி நிரப்பி நிற்கிறது மகிழம்
கூதிர்காலக் களிப்பின் வெடிப்பில்
இரலைகள் இடித்துக் கடந்ததில்
திடுக்குற்று கீழே விழுந்தேன்
எந்த திடுக்கிடலுமின்றி
பக்கத்தில் உரசியபடியே படுத்துக்கொண்டது
புதிய விலங்கு
பசித்த வனத்தின் கண்கள்
நட்சத்திரங்களாய் மினுக்க ஆரம்பித்தன